പഞ്ചാരമണലുകൾ

വിപിൻ പള്ളുരുത്തി

ISBN 979-888521667-8

എന്റെ ജന്മഗൃഹത്തിന്റെ മുന്നിൽ നാഷ്ണൽ ഹൈവെയുടെ ഇരുവശങ്ങളിലും പ്രകൃതിയുടെ വരദാനമായി ഹരിത വർണ്ണത്താൽ കുടപിടിച്ചുനൃത്തമാടുന്ന ഉറക്കമരങ്ങളുടെ മൂളിപ്പാട്ടിൽ പടിഞ്ഞാറു ഭാഗത്തെ മൈതാനത്ത് പരന്ന് നിവർന്ന് കിടക്കുന്ന പഞ്ചാരമണലുകൾ സാക്ഷാൽ യുഗപുരുഷനായ ശ്രീ നാരായണ ഗുരുസ്വാമികളുടെ പാദസ്പർശംഏറ്റ ചൈതന്യ ഭൂമി: (ഈ സുന്ദര മൈതാനം ഇന്ന് ഏറെ ദുരിതങ്ങൾക്കൊണ്ട് വീർപ്പുമുട്ടുകയാണ്) . എന്നും ഓടിക്കളിച്ച് മുററത്തെ വിദ്യാലയത്തിലേക് കടന്നുചെല്ലുമ്പോൾ പഴയ ഒരു കുടയയും . കൈയ്യിൽ തൂക്കിയിട്ട് ശ്രീ. ഭവാനീശ്വര മഹാ ക്ഷേത്രത്തിൽ നിന്നും തൊഴുതിറങ്ങി വരുന്ന ഉണ്ണി ആശാൻ ആദ്യാക്ഷരം നാരായം കൊണ്ട് എഴുത്തോലയിൽ.. എഴുതിപ്പിച്ച ആ മഹാനുഭാവൻ കടന്നുവരുമ്പോൾ പഞ്ചാരമണലിൽ മുട്ടുകുത്തി നിന്ന് ആ ഉണ്ണി പാദങ്ങളിൽ നമസ്കരിക്കുക പതിവായിരുന്നു. ആ അനുഗ്രഹം എന്റെ കൈയക്ഷരം നന്നാക്കി. കഥാകാരനാക്കി . പള്ളുരുത്തിയിലെ പ്രശസ്ത കവിയായിരുന്ന ശ്രീ. M.C. സുഭാഷ് ചന്ദ്രന്റെ ഗുരുത്വം ലഭിച്ച ആ മാഹാഭാഗ്യം എന്നെ കവിയുമാക്കി. ചിത്രകാരനെന്ന നിലയിലും, സ്പുടതയോടെ പ്രസംഗിക്കുവാൻ പഠിപ്പിച്ചു. ആ ഉണ്ണി കാൽപ്പാദങ്ങളിലും, സുഭാഷ് ചേട്ടന്റെ മരിക്കാത്ത ഓർമ്മകളിലും. എന്റെ സ്നേഹസമ്പന്നരായ മാതാപിതാക്കളേയും പാലപ്പറമ്പിലെ മുത്തശ്ശി ശ്രീമതി. കുഞ്ഞിപ്പെണ്ണമ്മയുടേയും പാദങ്ങളിൽ എന്റെ ആദ്യ കവിതാസമാഹാരം ഞാൻ നിറമനസ്സോടെ സമർപ്പിക്കുന്നു.

എന്നെ അടുത്തറിഞ്ഞവർ ഒരുപാട് സ്നേഹിച്ചവർ,
പ്രണയിച്ചവർ, എന്നോട് പരിഭവിച്ചവർ, എന്റെ സ്നേഹം
പൂർണ്ണമായി കിട്ടുവാനാഗ്രഹിച്ചവർ എന്നെ പഴിച്ചവർ
എന്റെ എല്ലാമായി കൂടെനടന്ന് എന്നോടൊപ്പം ഇന്നും
യാത്രതുടരുന്ന മിത്രങ്ങൾക്കും യാത്രയുടെ അവസാനം വരെ
കൂടെ ഉണ്ടാകുമെന്ന പ്രതീക്ഷകളോടെ. പൂർണ്ണതയിലേക്ക് ,
ഈ കവിതാസമാഹാരം ഏവരും സ്വീകരിച്ച്
അനുഗ്രഹിച്ചാലും

വിപിൻ പള്ളുരുത്തി

ഉള്ളടക്കം

ഉള്ളടക്കം

ആമുഖം

അനുഭവങ്ങളിൽ നിന്നും
ഉടലെടുത്ത ആശയങ്ങളുടെ
നേർക്കാഴ്ചകളാണ്
വിപിൻ പള്ളുരുത്തിയുടെ
"പഞ്ചാരമണലുകൾ "
എന്ന കവിതാ സമാഹാരം.
റോബിൻ പള്ളുരുത്തി

മുഖവുര

വിപിൻ പള്ളുരുത്തി

1962 ജനുവരി 15 ന് "പള്ളിവിരുത്തി " എന്ന പള്ളുരുത്തിയിൽ പാലപ്പറമ്പിൽ ശങ്കു സുകുമാരന്റേയും , കുമ്പളങ്ങി പടക്കാറവീട്ടിൽ മുടവം മുറി കൃഷ്ണൻ വൈദ്യന്റേയും, കാവു അമ്മയുടേയും മകൾ P.K. സത്യഭാമയുടെ ഇളയ മകനായി ജനനം.

പള്ളുരുത്തി SDPYBHS, തൃപ്പൂണിത്തുറ കോളേജ് ഓഫ് ആർട്ട്സ്, എന്നിവിടങ്ങളിൽ വിദ്യാഭ്യാസ കാലഘട്ടം പൂർത്തിയാക്കി. സ്വതന്ത്ര്യ .സമരസേനാനിയും,

ഗാന്ധിയനുമായ പിതാവിന്റെ പാത പിൻതുടർന്നു കൊണ്ടുള്ള പ്രവർത്തന മികവിലൂടെ ചുരുങ്ങിയ കാലം കൊണ്ട് വിവിധ സാമൂഹ്യ കാരുണ്യ സേവന പ്രവർത്തനസംഘടനകളുടെ അമരക്കാരനാകുവാൻ കഴിഞ്ഞു. ഒട്ടേറെ സാഹിത്യ-കലാ-കായിക സാഹസിക സംഘടനകളിൽ സജീവ സാന്നിധ്യമായി നിൽക്കുമ്പോഴും രാഷ്ട്രിയ സാംസ്കാരിക സദസ്സുകളിലും മികച്ച പ്രാസംഗികനായി വ്യക്തിമുദ്ര പതിപ്പിച്ച ബഹുമുഖപ്രതിഭയാണ് ശ്രീ. വിപിൻ പള്ളുരുത്തി.

ദേശീയ ഐക്യം, . സഹോദര്യം, സമാധാനം എന്നീ സന്ദേശങ്ങളുടെ പ്രചാരകനായി സൈക്കിളിൽ നടത്തിയ ഭാരതപര്യടനദൗത്യം ഒരു വർഷംകൊണ്ട് പൂർത്തീകരിച്ചു. ദേശീയ ഗാനമായ "ജന ഗണ മന " യുടെ 100-ാം വാർഷിക പ്രചരണത്തിന്റെ ഭാഗമായി നടത്തിയ ബൈക്ക് യാത്ര 65 ദിവസം കൊണ്ട് പൂർത്തീകരിച്ചും , മഹാത്മാ ഗാന്ധിയുടെ 50-ാം ചരമവാർഷിക സ്മൃതിയുടെ ഭാഗമായി സംഘടിപ്പിച്ച സദ്ഭാവാനാ സൈക്കിൾ യാത്രയുടെ ദക്ഷിണേന്ത്യൻ ക്യാപ്റ്റനായി തെരെഞ്ഞെടുക്കപ്പെട്ടുകൊണ്ട് , രാജ്ഘട്ടിൽ ഇന്നും ജ്വലിച്ചു നിൽക്കുന്ന ദീപശിഖ :അന്നത്തെ രാഷ്ട്രപതിയായ K. R. നാരായണൻ അവർകൾക്ക് കൈമാറിയത് ഗാന്ധി - സ്മൃതിദർശ്ശൻ ഗവൺമെന്റ് ഓഫ് ഇന്ത്യയുടെ പ്രതിനിധിയും നാഷ്ണൽ സൈക്കിളിസ്റ്റുമായ വിപിൻ പള്ളുരുത്തിയാണ്.

1996-ൽ എറണാകുളം ജില്ലയിലെ മികച്ച സാമൂഹിക പ്രവർത്തകനുള്ള കേന്ദ്ര യുവജനക്ഷേമ അവാർഡ്, നെഹറു യുവകേന്ദ്ര യൂത്ത് അവാർഡ്, സംസ്ഥാന ഫോറസ്റ്റ് സദ്ഭാവന അവാർഡ്, മനുഷ്യാവകാശ സംരക്ഷണ അവാർഡ്, എവറസ്റ്റ് കീഴടക്കിയ സാഹസിക യാത്രയുടെ

അംഗീകാരമായി ലഭിച്ച Y HAI - യുടെ "പർവ്വതാരോഹണ പുരസ്ക്കാരം " , മികച്ച സാമൂഹ്യ പ്രവർത്തനത്തിന് കൊച്ചിൻ പൗരാവലി ഒരു പവൻ സ്വർണ്ണപ്പതകം സമ്മാനമായി നൽകിയ "സാമൂഹ്യരത്ന പുരസ്ക്കാരം ", ഗോൾഡൻ പീക്ക് അവാർഡ് .. തുടങ്ങി അവധി നിരവധി പുരസ്ക്കാരങ്ങളും ബഹുമതികളും നേടിയിട്ടുള്ള സാമൂഹ്യ പ്രവർത്തകനും , കലാകാരനും, നിർമ്മിതാവും : അഭിനേതാവും, കഥാകൃത്തും കവിയുമായ ശ്രീ. വിപിൻ പള്ളുരുത്തിയുടെ ആദ്യത്തെ കവിതാ സമാഹാരമാണ് "പഞ്ചാരമണലുകൾ "

ഭാര്യ: സുമംഗല (മൺറോതുരുത്ത് സുമംഗല, കാഥിക)

മക്കൾ : ഗ്രീഷ്മ വിപിൻ , ആഷിമ വിപിൻ.

വിലാസം

വിപിൻസ് ആർക്കേഡ്

പള്ളുരുത്തി

എറണാകുളം, കൊച്ചി

pin: 682006. : 974727 1480

കടപ്പാട്

(First Published in : December 2021)

അവതാരിക

രാജം ടീച്ചർ

നന്നേ ചെറുപ്പം മുതൽ തന്നെ പി.എസ് വിപിൻ കുമാറെന്ന വിപിൻ പള്ളുരുത്തിയെ എനിക്കറിയാം നല്ലൊരു സാമൂഹ്യപ്രവർത്തകൻ, കലാകാരൻ, സാഹസീകൻ, പ്രാസംഗികൻ എന്നീ നിലകളിൽ പ്രസിദ്ധൻ . നാട്ടിലെ കുട്ടികളെ നന്മയുടെ വഴിയിലേക്ക് തിരിച്ചുവിടാൻ വിപിൻ നേതൃത്വം നൽകിയ ബാലലോകത്തിന്റെ പ്രവർത്തനങ്ങളിലൂടെ കഴിഞ്ഞു. സാഹിത്യ

വാസനയുള്ളവരെ പ്രോത്സാഹിപ്പിക്കുന്ന ദൗത്യം സ്വാർത്ഥലാഭങ്ങില്ലാതെ അന്നും ഇന്നും ഒരുപോലെതന്നെ തുടർന്നു കൊണ്ടിരിക്കുന്ന കലാസ്നേഹിയായ. വിപിന് പക്ഷെ, തന്നിൽ ഒളിഞ്ഞിരിക്കുന്ന കവിതാവാസന പുറത്തെടുക്കാൻ എന്തേ ഇത്ര വൈകിയതെന്നത് കൗതുകം നിറഞ്ഞ ഒരു ചോദ്യമാണ്. എല്ലാത്തിനും ഒരു സമയമുണ്ടല്ലോ ?. ചിലപ്പോൾ അതാവും അതിനുള്ള കാരണം.

പള്ളുരുത്തി വെളിയിലെ മണൽത്തരികളെ കുട്ടിക്കാലം മുതൽ സ്നേഹിച്ചിരുന്നത് കൊണ്ടാവാം വിപിൻ തന്റെ പ്രഥമ കവിതാ സമാഹാരത്തിന് " പഞ്ചാരമണലുകൾ " എന്ന് പേര് നൽകിയത്. പഞ്ചാരമണലുകൾ ഇന്ന് മലീമസ്സമായി . പക്ഷെ വിപിന്റെ മനസ്സിലുള്ള ഓർമ്മകൾക്ക് ഇപ്പോഴും മങ്ങലേറ്റിട്ടില്ല, എന്നതിന് ഉത്തമ ഉദാഹരണമാണ് " പഞ്ചാരമണലുകൾ " എന്ന കവിതാ സമാഹാരത്തൽ മിഴിതുറക്കുന്ന ആസ്വാദ്യകരമായ മുപ്പത് കവിതകൾ .

കവിതാ സമാഹാരത്തിലെ ആദ്യ കവിതയായ "പഞ്ചാരമണലുകൾ " എന്ന കവിതയിൽ കവിയുടെ ബാല്യകാല സ്മരണകളും ഒരു ദേശത്തിന്റെ പഴയകാല ചരിത്രയും നിറഞ്ഞു നിൽക്കുന്നുണ്ട്. "സ്വപ്നങ്ങൾക്കൊരു സർവ്വകലാശാല" എന്ന കവിതയിൽ സ്വപ്നങ്ങൾ കാണാത്തവരായി ആരുമില്ല, സ്വപ്നങ്ങളാണല്ലോ നമ്മെ ജീവിക്കുവാൻ പ്രേരിപ്പിക്കുന്നത്. അതുകൊണ്ട് സ്വപ്നങ്ങൾക്കൊരു സർവ്വകലാശാല വേണം എന്ന മനോഹരമായ കവി ഭാവന കവിതയുടെ വരികിളിൽ നമുക്ക് തെളിഞ്ഞു കാണാം.

"പറയാതെവന്ന അതിഥി " എന്ന കവിതയിലൂടെ കവി അനുവാചകർക്ക് പരിചയപ്പെടുത്തുന്നത് കാലിക

പ്രസക്തമായ വിഷയമാണ് കൊറോണയെന്ന മാരകമായ മഹാമാരിയുടെ ശിഷ്ടഫലങ്ങൾ. കൊറോണയുടെ ഭീകരാന്തരീക്ഷത്തിലാണ് നാമിന്നും ജീവിക്കുന്നത്. തീവ്രരോഗവ്യാപനത്തെക്കുറിച്ചും, ശാസ്ത്ര പ്രതിവിധിയായ കുത്തിവെയ്പ്പിനെക്കുറിച്ചും പറയുന്നതിനോടൊപ്പം ഇനി കൊറോണേ, നീ മറ്റൊരു പേരിൽ അവതരിച്ചേക്കുമോ എന്ന കവിയുടെ ചോദ്യം സത്യമായതു പോലെ " ഒമിക്രോൺ " എന്ന പേരിൽ കൊറോണ വീണ്ടും അവതരിച്ചിരിക്കുന്നു.

"ജാലിയൻവാലാബാഗ് " ഓരോ ഭാരതീയന്റേയും മനസ്സിൽ ചരിത്ര സ്മരണകളുണർത്തുന്ന കവിതയാണ്. കവിതയിലെ "മാന്യതയുടെ മുഖംമൂടിയണിഞ്ഞ ബ്രിട്ടീഷ് ചതി. നീതി ബോധമില്ലാത്ത ബ്രിട്ടീഷ് പട്ടാളം" എന്ന നേരിന്റെ വരികൾ ശ്രദ്ധേയമെന്ന് പറയാതെവയ്യ. അതുപോലെതന്നെ

"സുന്ദരിയാം കാശ്മീരം" എന്ന കവിതയിലെ

"ഇനിയും വരേണമീ സുന്ദരിയെ വേളികഴിച്ചീടുവാ
ൻ "

എന്ന വരികൾ കവിയുടെ മനംകവർന്ന മഞ്ഞിൽ കുളിച്ചുനിൽക്കുന്ന കാശ്മീരിന്റെ പ്രകൃതിഭംഗി വായനക്കാരിലേക്കും പകർന്നു നൽകുന്നവയാണ്.

"ഇന്നലെകൾ " എന്ന കവിതയിൽ സാമ്രാജ്യത്വ വ്യവസ്ഥിതിയുടെ ഇന്നലത്തെയും ഇന്നത്തെയും അവസ്ഥയാണ് കവി നമുക്കു മുന്നിൽ ദൃശ്യമാകുന്നത്.

അനുവാചകരെ ദക്ഷിണ കാശിയിലേക്ക് നയിക്കുന്ന കവിതയാണ് , "പഞ്ചാരമണലുകൾ " എന്ന കവിതാ സമാഹാരത്തിൽ എന്നെ ആകർഷിച്ച മറ്റൊരു രചന. അതുപോലെ തന്നെ ഗുരുദേവ സ്മരണകൾ ഉണർത്തുന്നതും ഹൃദ്യമായതുമായ രണ്ട് കവിതകൾ ഈ

കവിതാ സമാഹാരത്തിന് കൂടുതൽ മിഴിവേകുന്നുണ്ട്.

"ദേഹമോ നിത്യമല്ല,

ദേഹത്തിൽ സനാതനമായൊരു രു,

ദേഹിയുണ്ടെന്നോർക്കാം "

" നല്ലവൻ തന്നാൽ ചെയ്ത നല്ലകാര്യം,

മറക്കുന്നതും മായ്ക്കുന്നതും നല്ലതല്ല,

നല്ലതല്ലാത്ത കാര്യങ്ങൾ ഓർക്കുന്നതും ,

മറക്കുന്നതും മായ്ക്കുന്നതും നല്ലതല്ല "

എന്നു തുടങ്ങുന്നവരികളിലെല്ലാം ഗുരുദേവ സാന്നിദ്ധ്യവും സ്വാധീനവും വായനക്കാർക്ക് ദർശിക്കുവാൻ കഴിയുന്നതാണ്.

പ്രകൃതിയെ സ്നേഹിക്കുകയെന്ന സന്ദേശം അതി മനോഹരമായി കാട്ടിത്തരുന്ന കവിതകളാണ് " കാണുവാൻ കൊതിക്കുന്ന മഴ , മഴയ്ക്കായ് മഴയാത്ര " എന്നീ കവിതകൾ.

മുലപ്പാലിന്റെ മാധുര്യത്തിലൂടെ മാതൃഭാഷയോടുള്ള പ്രാധാന്യവും കടപ്പാടും കവി വളരെ ശക്തമായിത്തന്നെ തന്റെ കവിതയിലൂടെ പറയുന്നുണ്ട്.

വളരെ ചിന്തനീയമായ വരികളാൽ സമ്പന്നമായ മറ്റൊരു രചനയാണ് കവിതാ സമാഹാരത്തിലെ "ജീവിത സത്യം" എന്ന കവിത "

" നാമെത്രദിനം ജീവിച്ചുവെന്നല്ല,

നാമെങ്ങനെ ജീവിക്കുന്നു ...

എന്നതത്രേ പ്രധാനം.

സത്യത്തിന്റെ നേർക്കാഴ്ചകൾ തന്നെയാണ് ജീവി സത്യമെന്ന കവിതയിൽ നിറഞ്ഞു നിൽക്കുന്നത്. അതു തന്നെയാണ് യാഥാർത്ഥ്യവും .

"ശ്രീ ഭവാനീശ്വരം " എന്ന കവിതയിലൂടെ പള്ളുരുത്തിയുടെ ചരിത്രമാണ് കവി വായനക്കാർക്കു മുന്നിൽ വർണ്ണിക്കുന്നത്.

ഗാന്ധി കടലാസ്സിന്റെ പ്രധാന്യം ചിന്തോദീപകമായി അനുഭവപ്പെട്ടു. " പ്രകാശം " പോലുള്ള കുട്ടി കവിതകളും പ്രശംസനീയം തന്നെ അവ. കുഞ്ഞുണ്ണി മാഷിന്റെ കവിതകളെ ഓർമ്മപ്പെടുത്തുന്ന വയാണ്.

ശിഷ്യൻ നൽകിയ ദക്ഷിണയായി ശ്രീ. വിപിന്റെ ആദ്യ കവിതാ സമാഹാരത്തിന് അവതാരിക എഴുതുവാനുള്ള നിയോഗം ശിരസ്സാവഹിച്ചു കൊണ്ട് ലളിതമായ ഭാഷയിൽ രചിച്ച ഈ കവിതാ സമാഹാരം അസ്വാദകലോകം സസന്തോഷം സ്വീകരിക്കുമെന്ന് പ്രത്യാശിച്ചുകൊണ്ടും , എന്റെ പ്രിയ ശിഷ്യന് നന്മകൾ നേർന്നുകൊണ്ടും " പഞ്ചാരമണലുകൾ " എന്ന കവിതാ സമാഹാരത്തിന് പ്രചുര പ്രചാരം ലഭിക്കട്ടെയെന്ന് ആത്മാർത്ഥമായി ആശംസിച്ചുകൊണ്ടും, ഞാനെന്റെ കർത്തവ്യം ഉപസംഹരിക്കുന്നു.

സ്നേഹത്തോടെ

രാജം ടീച്ചർ

1. പഞ്ചാരമണലുകൾ

പതിനൊന്നു രാവിലെ ഉത്സവാഘോഷങ്ങൾ
കൊടിയിറങ്ങി പള്ളുരുത്തിയിൽ ,
പഞ്ചാരമണലിലെ തിളക്കങ്ങൾ പുഞ്ചിരിതൂകി ,
ഗുരുദേവപാദസ്പർശനം ചൈതന്യമേകി.
കൊഴിഞ്ഞുവീണ ബലൂണുകൾ, വളപ്പൊട്ടുകൾ,
ഐസ്ക്രീം കവറുകൾ
പലതരം വർണ്ണക്കടലാസ്സുകൾ,
കാറ്റിൽ ഉടഞ്ഞും പറന്നും പരക്കവെ ...
പ്രാവുകൾ കൊത്തി ഹർഷാരവം മുഴക്കി
പറന്നുയരുന്നു.
ഒറ്റക്കാലിൽ വന്നുനിൽക്കും
പഞ്ചായത്ത് രാജ് റോഡിൽ ,
വെള്ളകൊക്കിന്റെ ചുണ്ടിൽ
കൊത്തിപ്പിടിച്ചൊരു മീനും,
അഷ്ടിക്കുവകതേടി കപ്പലണ്ടി
കച്ചവടവുമായ് നിന്നിടും
അദ്ധ്വാനിയാം നമ്മളിലൊരുവനാം യുവാവും .
മൂളിപ്പാട്ടും മൊബൈലുമായ്
കുറെ കൂട്ടുകാരും വട്ടംകൂടാൻ ,
പള്ളിവേട്ട പറമ്പിലെ കൽവിളക്കിനരികിലായ്
ഒത്തുകൂടി ,
കപ്പ്യാകുളത്തിലെ വലിയമീനിന്റെ തിളക്കം,
കണ്ണഞ്ചിക്കുമാ കാഴ്ചകൾ നേരം പോക്കായ് മാത്രം.

അക്ഷരം പഠിച്ച സ്കൂൾ വരാന്തയിൽ ധ്യാനിയാം ,
ഗുരുദേവശില്പം നോക്കി നിൽക്കേ ...
വന്നിരുന്നും എഴുന്നേറ്റും പോകുന്നു
ചിലരൊക്കെ ...
പഞ്ചാരമണൽ തരികളുമായ്
ഭവനത്തിലേക്കുള്ള യാത്ര .

2. പറയാതെവന്ന അതിഥി

കുംഭമാസത്തിലെ കുംഭ വർണ്ണനായ്,
വന്നൊരു അതിഥി "കൊറോണ "
മഹാമാരിയാം " കൊറോണ "
ലോക ജനതയെ ഭീതിയിലാക്കിയ -
ഭീവത്സരൂപമാം " കൊറോണ " .
ആരോ ചെയ്തൊരു പരീക്ഷണഫലമാം ,
മാരകമാം വൈറസിൻ രൂപത്തിൽ ...
മനുഷ്യനെ മാത്രം തേടിയലഞ്ഞൊരു ..
മാനവരാശിയെ വിഴുങ്ങാനെത്തിയ ,
മനുഷ്യ നിർമ്മിതമാം രാക്ഷസ്സബുദ്ധിയിൽ,
തെളിഞ്ഞൊരു യുദ്ധ കോപ്പിന്റെ ഗന്ധവുമായ്‌..
ലോകമെല്ലാം വിറങ്ങലിച്ചൽപ്പനേരം ...
മരണക്കൂമ്പാരങ്ങൾ കൊണ്ടൊരു ശവപ്പറമ്പായി,
മറ്റൊരു കൊടുങ്കാറ്റായി തീരാതിരിക്കാനകലം പാലിച്ച്,
ഗൃഹവാസമനുഷ്ഠിച്ചു മാനവർ .
ആൾ ദൈവങ്ങളേക്കാളും അർത്ഥവത്തായ ,
ആരോഗ്യ സേവകർ നാടിന്റെ ദൈവങ്ങളായ്‌ ,
തൊഴുകയ്യോടെ നമിക്കുന്നു
മാലാഖമാരുടെ മുമ്പിൽ ,
ലോകജനതയുടെ ആദരവായ്
നമസ്തേ : നമസ്തേ..
പലതും പറിച്ചു ... ലോകമാകെ പറിച്ചു ...

വിറങ്ങലിച്ചു , മനുഷ്യലോകം ..
ഇനിയും പഠിക്കാത്ത മാനവ കോലങ്ങൾ,
മണ്ണിനിടമില്ലാതെ മരിച്ചുവീഴും.

വിറങ്ങലിച്ചു , മനുഷ്യലോകം ..
ഇനിയും പഠിക്കാത്ത മാനവ കോലങ്ങൾ,
മണ്ണിനിടമില്ലാതെ മരിച്ചുവീഴും.

3. നരവേട്ട

ഒരു നൂറു വർഷം തികയുന്ന,
ഒരു വൻചതിയുടെ ആക്രോശം,
ജാലിയൻ വാലാബാഗ്,
കൂട്ടക്കൊലയുടെ രോദനത്തിനായ് ...
കാവൽഭടന്മാർ തോക്കുമായ് മാർച്ചുചെയ്യവേ ...
കുഗ്രാമത്തിൽ നിന്നും വന്നവർ വൈശാഖിക്കായ്,
ശൈത്യകാലത്തിലെ വസന്തത്തിന്റെ വിളവെടുപ്പിനായ് ,
ഉത്സവതിമിർപ്പിലാഘ്ലാദിക്കും പഞ്ചാബികളത്രയും ..
റോലറ്റ് നിയമത്തിനെതിരെ പ്രതിഷേധം,
അമൃതസർപട്ടണം മൂകമാം നിയമത്തിൻ കീഴിൽ ,
നിശബ്ദമാം സിഖുകാർ ബ്രിട്ടിഷ് സുഹൃത്തുക്കൾ,
യുദ്ധവീര്യത്തെ വാനോളം പുകഴ്ത്തി നിൽക്കവേ ...
ഗാന്ധിജി, ഹിന്ദു - മുസ്ലീം നേതാക്കളത്രയും ,
റോലറ്റ് നിയമം കാറ്റിൽ പറത്തി ...
കേട്ടവർ കേട്ടവർ രോക്ഷംപൂണ്ട് പ്രതിഷേധിച്ചപ്പോൾ ,
പ്രകടനത്തിനെതിരെ പട്ടാളം വെടിമുഴങ്ങിയതത്രയും ,
ഉത്സവ ലഹരിയിൽ ഗ്രാമീണരെത്തി,
കാളവണ്ടിയിലും ചെറു സംഘമായ് നടന്നുമൊക്കെ ..
വൈശാഖ ദിനാഘ്ലോഷ തിമിർപ്പിലത്രയും ,
ആഘ്ലാദത്തിൻ ലഹരിയിലാണ്ടു നിൽക്കുമ്പോൾ ...
നീതിബോധമില്ലാത്ത ബ്രിട്ടീഷ് പട്ടാളം,
വിജനമാം ജാലിയൻവാലാബാഗിൽ,
തിങ്ങിനിറഞ്ഞ ജനാവലിയെ കണ്ട് ..

ദീകര താണ്ഡവമാടിയ ഡയർ അക്രോശിച്ചു "ഫയർ " ...
നിരായുധർക്കെതിരെ ആയുധമുള്ളവർ നടത്തിയ ,
ആ .. കരാള നൃത്തത്തിൽ മണ്ണടിഞ്ഞവർ എത്രയോ
ഭാരത മക്കൾ,
മനുഷ്യക്കൂട്ടത്തിൽ മരിക്കാതെ കിടന്നവരെ പോലും
തിരിഞ്ഞൊന്നു നോക്കാതെ ക്രൂരനാം ഡയർ
പൊട്ടിച്ചിരിച്ചു നിൽക്കേ ...
ആക്രോശമേറ്റതോ .. പഞ്ചാബിന്റെ നെഞ്ചിൽ ,
മാന്യതയുടെ മുഖംമുടിയണിഞ്ഞ ബ്രിട്ടീഷ് ചതിയുടെ ,
വെടിയുണ്ടകളെ നേരിട്ട് ഏഴുപതിറ്റാണ്ടായി നിലനിന്ന ,
പരസ്പര രാഷ്ട്രീയബന്ധം ആ ,
പത്തുമിനിറ്റിൽ തകർന്നുവീണു..

4. സുന്ദരിയാം കാശ്മീരം

ഞാനിന്നു നിൽക്കുന്ന
ഭൂമിയിലെ സ്വർഗ്ഗ
കവാടത്തിൽ നിന്നൊരു
കവിതയെഴുതീടട്ടെ!
ഞാനീ കുങ്കുമപ്പൂവ്വിനെ
ഒന്നു സ്നേഹിച്ചോട്ടെ..
സുന്ദരിയായൊരു കാശ്മീരത്തെ,
ഞാനൊന്നു പുണർന്നീടട്ടെ!
പൂക്കാലം വരും മുമ്പേ
ഋതു ഗർഭം ധരിച്ചു നിൽക്കുമാ
മലനിരതാഴ് വരകൾ
കണ്ടിട്ടും മതി വരാത്ത കാഴ്ചകൾ
മഞ്ഞണിഞ്ഞ മലകളും
പുഷ്പസംഗമ തടാകങ്ങളും
വിരിഞ്ഞു നിൽക്കുമീ സുന്ദരിയാം കാശ്മീരം
തടാകത്തിലെ ചെറുതോണികൾ
തുഴഞ്ഞീടാനിനിയും കൊതിയാവുന്നു
ഇനിയും വരേണമീ സുന്ദരിയെ
വേളി കഴിച്ചീടുവാൻ!!!

5. ഇന്നലെകൾ

ജാതിയും മതവും കെട്ടുപിണഞ്ഞൊരു ,
അയിത്തമന്ധവിശ്വാസം അസമത്വവും ,
അനാചാരങ്ങളുമൊക്കെ കൊടികുത്തിയിവിടം,
വൈദീക മാനികൾ നട്ടുവളർത്തിയിവിടം,
ദുഷിതമാമീ സാമ്രാജ്യവ്യവസ്ഥിതി,
നൂറ്റാണ്ടുകളോളം മർത്ത്യരെ,
മൃഗപ്രായരാക്കി വാണീടുംകാലം,
ബഹുഭൂരിപക്ഷത്തെ തന്നടിമകളാക്കിയകാലം,
കറുത്ത വർഗ്ഗക്കാരനാം അവർണ്ണന്റെ ,
കണ്ണുനീർ വീണു നനഞ്ഞ ഭൂമി,
അയിത്തജാതിക്കാരന്റെ സാമൂഹിക വിപ്ലവം,
കേരളചരിത്രത്തിൽ ഇന്നലെകളുടെ ബാക്കി .
ഗോത്ര തലവന്റെ കീഴിലമർന്ന ഗ്രാമങ്ങൾ,
അച്ചടക്കത്തോടെ ജീവിച്ച ഇന്നലെകൾ,
ഇന്നോ നാട്ടുരാജാക്കൻമ്മാരായി വോട്ടിൽ ..
ജയിക്കും ധീരരാം നാക്കിൻ കട്ടിയുള്ളോർ .

6. ദക്ഷിണകാശി

ശിവ സാന്നിദ്ധ്യംകൊണ്ടനുഗഹീതമാം ,
കിഴക്കൻ കാശിയിൽ ദർശനം നിറഞ്ഞ ശിവകാശി,
കാളിയമർദ്ദകീ രുദ്രഭവാനി ,
പ്രപഞ്ചസത്യമാം കാളീഭദ്രകാളീശ്വരം .
ഉണക്കൽ ദുർഗന്ധം പരത്തും മാരുതനും,
മാറാല പിടിച്ച പൊടി പടലങ്ങളും ,
കാശിനിറയേ ഭസ്മഭൂഷകരും ,
കർപ്പൂരഗന്ധ നാരീ ഭക്തരും ,
സൂര്യതാപം നിലക്കാത്ത ദിനങ്ങളിൽ,
ദാഹത്തെ ശമിപ്പിക്കാൻ ശുദ്ധജലംതേടി മർത്യർ,
മാനവസമൂഹ ശക്തിയാം ഭക്തിയിൽ ,
രുദ്രഭാവ കാളീശ്വരസന്നിധിയിൽ ..
ദക്ഷിണകാശി ശിവകാശി...
ഭക്തരാം ജാതിമതങ്ങൾക്കതീതമാം ...
സ്വരുമതൻ ജീവിത സ്നേഹമാണീശ്വരം,
ശിവകാശി... ദക്ഷിണശിവകാശി.

7. മറക്കരുതൊന്നും

ഒരു ശതാബ്ദത്തിനപ്പുറം പള്ളുരുത്തി പ്രദേശത്ത്,
അന്ധരെയന്ധർ പിൻ നടത്തുന്നൊരു ..
അന്ധകാരത്തിൻ വീഥിയിൽ, സത്യമായ് ...
ആത്മശക്തിയായ് , തത്വമായ് വന്നുദിച്ച ഗുരുവേ...
ദുഃഖം മാറ്റി സർവ്വരും ആനന്ദത്തിലാറാടി,
ആഹ്ലാദത്തിൽ തിമിർപ്പിൽ ബ്രഹ്മമുഹൂർത്തിൽ,
ശ്രീ ഭവാനീശ്വര പ്രതിഷ്ഠ നടത്തിയീശ്വരസ്പന്ദനമായ് ,
മനുഷ്യവർഗമിതേകമാനമാമൊറ്റ ജാതിയായ് മാറ്റിയതും.
ധർമ്മയുദ്ധപടയാളിയായ്   വന്നൊരാൾ   ,
ഗർജ്ജനങ്ങളാൽ ...
തുടങ്ങിയ വിജ്ഞാന ശാഖകളാം പടർന്നു പന്തലിച്ചിന്ന്
,
ശ്രീ ധർമ്മം പരിപാലിക്കും യോഗമായ് ...
ചിന്തതൻ മണിമന്ദിരങ്ങളെ ധർമ്മബുദ്ധരാക്കി ഗുരു ...
സകലമതങ്ങളിലും കാണാം സത്യം ,
അതെല്ലാം സദ്ദുദ്ദേശത്തോടെ ന്നുമാത്രം ,
ദേഹമോ നിത്യമല്ലേ ... ദേഹത്തിൽ,
സനാതനമായൊരു ദേഹിയുണ്ടെന്നോർക്കണം ..
ഒരുവൻ തന്നാൽ ചെയ്ത നല്ലകാര്യം,
മറക്കുന്നതും, മറയ്ക്കുന്നതും നല്ലതല്ല..
നല്ലതല്ലാത്ത കാര്യങ്ങൾ ഓർക്കുന്നതും ,
മറക്കുന്നതും , മറയ്ക്കുന്നതും നല്ലതല്ല.

8. കാണുവാൻ കൊതിക്കുന്ന മഴ

മാനമേ ... കാർമേഘമേ....
മാനത്തിൻ ശിഖരത്തിൽ,
നിന്നടർന്നു വീഴുന്ന മഴയേ..
കാണാൻ കൊതിയേറും മഴയേ...
നിൻ സൗന്ദര്യത്തിന്റെ ആസ്വാദകരായ് ,
ഞങ്ങളീ ഭൂമിയിൽ കാത്തിരിക്കുന്നു..
വരില്ലേ മഴയേ.. കുളിരുമായ് നീ ...
ചെറുതുള്ളികളായ് പാറിപ്പറന്നു നീ ...
അമ്മയുടെ മടിത്തട്ടിലേക്കാഴ്ന്നിറങ്ങി ,
വരില്ലേ മഴയേ തടയണകെട്ടാൻ നീ ...
തത്തിക്കളിക്കാൻ ചെറുകുളങ്ങളാക്കി ,
എൻ വീട്ടുമുറ്റത്തുമെത്തില്ലേ.. നീ.
മരങ്ങൾ നട്ടവർ മണ്ണടിഞ്ഞീടും ,
മരിക്കാത്ത സ്മരണകൾ നീയുള്ളപ്പോഴൊക്കെ ...
കാട്ടിലും മഴത്തുള്ളികളെ സൃഷ്ടിച്ചും ,
സ്വയം തണുത്ത് വിറങ്ങലിച്ചും മഴയായ് നീ വരില്ലേ ...?

9. ഓർമ്മകൾ

ഓർമ്മകൾ ഓർമ്മകൾ ചിത്തിൽ
ഓളം തല്ലുന്നു ഓർമ്മകൾ
ഒത്തിരിയൊത്തിരി ഓർമ്മകൾ,
മനസ്സിൽ സൂക്ഷിച്ചു വെയ്ക്കുന്ന,
സ്വത്തുക്കളല്ലോയീയോർമ്മകൾ .
വിലപിടിപ്പുള്ള ഒരായിരം …
ഓർമ്മകൾ ഉള്ളിൽ ….
എത്രകാലം കഴിഞ്ഞാലും,
അതിലൊരോർമ്മപോലും ,
മായുകില്ല സത്യം …
മറയില്ല മനസ്സിൽ നിന്നും,
മധുരമേറും ഓർമ്മകൾ,
സുഗന്ധമേറുമോർമ്മകൾ നിത്യം,
ഓർത്തോർത്തോളം സുന്ദരമാണീയോർമ്മകൾ …
ഒരിക്കലും മരിക്കാത്ത ഓർമ്മകൾ …
ഒരിക്കലും മരിക്കാത്ത ഓർമ്മകൾ .

10. മലയാളഭാഷ

നാം നാമാവാൻ നമ്മുടെ ഭാഷവേണം,
മലയാളം ഭാവിയുടെ ഭാഷയാകാൻ ,
കൊതിയൂറും മലയാളി മനസ്സിലെല്ലാം ,
കാലമേറെ കൊഴിയും നേരം,
മലയാളം ഉദയസൂര്യനാകും..
ഭാഷക്കായ് നമ്മുടെ മൊഴിയും ചന്തവും,
ഭാഷാസ്നേഹിയും മാധ്യമങ്ങളേയും കോർത്തിണക്കും,
അർത്ഥകോശവും പര്യായകോശവും ,
വരുംകാലം നിലവിൽ വന്നിടുമത്രയും ...
കടലാസില്ലാത്ത കാലം വരുമോ ?
സാഹിത്യമുൾപ്പടെ കമ്പ്യൂട്ടറിലാകുമോ ?
ഏതു മൊഴിയും ലോകത്തിൽ മാറ്റം വരുത്താൻ,
സൗകര്യ സംവിധാനശൃംഗ വന്നിടും വരുംകാലം ...
ഭരണഭാഷ , നിയമഭാഷ, കച്ചവടഭാഷയത്രയും ,
ജനാഭിലാഷപ്പടി മലയാളമായ് മാറുകതന്നെ,
അതെല്ലാം ജനത്തത്തിനഴകേറുമതിശയം,
ഭാഷയിൽ കൃതികൾ വിരിയട്ടെ ...
ഭാഷയാലങ്ങനെ നാം നാമായിത്തീരട്ടെ.

11. മുലപ്പാലിൻ മധുരം

ആശാൻ ക്ലാസിലെ പടിപ്പുരയിൽ,
അയലത്തെ ചേച്ചിയമ്മയെന്നെ ,
തോളിലേറ്റി കൊണ്ടുപോയതോർക്കുന്നു ,
ഞാനിന്നും മധുരം നുണയുന്ന മലയാളം ..
ചെമ്പു തളികയിൽ ചരലിട്ടു നിവർത്തിയതിൽ,
ഓമൽ വിരലുരുണ്ടു പുളകമായ് ,
ഭാഷതൻ മലയാളം "ഹരി ശ്രീ " മനസ്സിലലിഞ്ഞു ,
മാറോട് ചേർത്തു ഞാനാ ഭാഷകളത്രയും,
പെറ്റമ്മതൻ മുലപ്പാലു കുടിച്ചപോലുള്ള ,
മധുരമാണിന്നെനിക്കെന്റെ മാതൃഭാഷയിന്നും ,
കാതിലുലച്ചതും ചെഞ്ചുണ്ടിലൊത്തിരി,
മുത്തം പകർന്നയെന്നമ്മ തൻ മലയാളം ...
നാവിലലിഞ്ഞുചേർന്നു പോയ് ഭാഷാ ...
മറക്കാത്ത മായാത്ത കൺകെട്ട് പോലെയായ് ,
മലയാളമെനിക്കിന്ന് മധുരമായ് ,
മനസ്സിന്റെ മടിത്തട്ടിൽ ഉത്സാഹമായി മലയാളം .

12. പ്രാണൻ

ലോകമറിഞ്ഞ മഹോത്തരമുദ്ര ,
യോഗവിദ്യതൻ പൈതൃക വേരുകൾ,
ഭാരത മണ്ണിൽ നിന്നും,
പ്രാണയാമവും പിറന്നുവീണു..
കൂട്ടിച്ചേരലും സംയോജനവും,
ഭാരതേകത്വം സ്ഥാപിച്ചു ,
"യൂജ് " എന്ന സംസ്കൃത ധാതുവിൽ നിന്നും,
പരിണാമമമായൊരു പദമാണ് യോഗ...
പ്രപഞ്ച സത്യത്തിൽ ലയിച്ചീടാൻ ,
ബ്രഹ്മമാണൊരു പരം പൊരുൾ ,
ദൈവത്തെയറിയാൻ യോഗതന്നെ ...
ധ്യാനത്തിലാകാൻ യോഗതന്നെ ...
മനുഷ്യന് ലക്ഷ്യം നേടീടാം ...
സൂത്രങ്ങൾ പദ്ധതിയാക്കീടാം ,
ജീവനുവേണ്ടി മാരുതൻ വന്നാൽ ..
അതുതന്നെയല്ലേ ... പ്രാണൻ .

13. ജീവിതസത്യം

പ്രപഞ്ച കലയുടെ സത്യമാണ് ജീവിതം,
പഠിച്ചു പഠിച്ച് തീർക്കേണ്ടതാണ് ജീവിതം,
പച്ചയിലകൾ തളിർത്ത് പൂത്തുനിൽക്കും,
പഴുത്തയിലകൾ കൊഴിയുമൊരുദിനം ...
തത്വങ്ങൾ നൽകികൊടുക്കു വാൻ വെമ്പൽ കൂട്ടും,
കണ്ടും കൊണ്ടും പഠിക്കുവാൻ ജീവിക്കില്ലയാരും ,
പരീക്ഷണങ്ങളിൽ മർത്യന് വിജയവും പരാജയവും,
ഓരോ ഘട്ടങ്ങളിൽ മഹത്വം നേടുന്നവരും ,
സന്ദർഭങ്ങൾ നേരിടാൻ സ്നേഹം മാത്രം മതി ...
സുഖ ജീവിതം തുറക്കാൻ താക്കോൽക്കൂട്ടം വേണ്ട,
ഓരോ മർത്ത്യനും മനസ്സിൽ സൂക്ഷിക്കും കദനകഥകൾ,
ആർക്കുമറിയാത്ത സത്യത്തിൻ നൊമ്പരങ്ങൾ ...
നാമെത്ര ദിനം ജീവിച്ചുവെന്നല്ല,
നാമെങ്ങനെ ജീവിക്കുന്നു എന്നതത്രേ പ്രധാനം,
പക്ഷികൾ വായുവിലങ്ങനെ പറക്കുന്നു..?
കടലിൽ മത്സ്യങ്ങളെങ്ങനെ നീന്തുന്നു ?
എല്ലാം പഠിച്ചെന്ന് വീമ്പിളക്കിയാലും,
ഭൂമിയിൽ സമാധാനപൂർവ്വം ജീവിക്കുവാൻ പഠിച്ചില്ല...
ബാല്യവും യൗവ്വനവും സുന്ദരമായേക്കാം ,
മധ്യവയസ്സും വാർദ്ധക്യവും
മരണത്തിനടിമയാം ജീവിതം .

14. ഗുരുചൈതന്യം

തെക്കുകിഴക്കുദിച്ചൊരു നിർമലാനന്ദ ചൈതന്യമേ ...
ചിതയിൽ ലോക നന്മയാൽ ധർമബന്ധുരമാക്കിനീ ...
ജാതിഭേദത്തിന്റെ നാമത്തിലായിരം
അന്ധവിശ്വാസങ്ങൾ വീഥികളിൽ,
മർത്ത്യരെ ചവിട്ടിമെതിച്ചതും,
വിജ്ഞാനപീഠങ്ങൾ ഞെട്ടിയമർന്നതും ,
വിശ്വദർശ്ശനവാക്കുകൾ വജ്രസൂചിപോൽ,
ഗർജ്ജനങ്ങൾ മുഴക്കവേ ഞെട്ടിനിന്നതും ,
അന്തരാത്മാവിനുള്ളിലീശ്വരനെ ,
സ്പന്ദനം കൊണ്ട് ഇന്നായോഗിതൻ .
തന്റെ കൊച്ചു കണ്ണാടികാട്ടി,
അർത്ഥമെന്തന്നറിയിച്ചൂ നാടിനെ ...
ദു:ഖമല്ല നമുക്കു വേണ്ടത് സർവ്വരും ...
ആനന്ദ ജീവിതം നയിച്ചിടേണം..
ധന്യമായ് , യുക്തി ശക്തിയായ് ,
ആത്മാവിനെ സ്നേഹിച്ചു ജീവിക്കാൻ ...
മലനാടിന്റെ സമൂഹ ജീവിതത്തിൽ,
വിപ്ലവ ചരിത്രം സമാധാനപൂർവ്വമായ് ...
സമത്വത്തിന്റെ ആശയമെഴുതിയ മഹാത്മാ ,
പരിപ്രാചകാചാര്യ നാം ശ്രീനാരായണ ഗുരു മഹോ :
ജനനന്മ സദ്ഗതി ക്ഷേമ പുരോഗതി ...
ജനകോടികൾക്കായ് ഗുരുവരം തന്നത്.

15.
മൂർച്ചയുള്ളവാക്കുകൾ

ചൈനതൻ ചാവേർ പടകളായ്,
വൈറസ് രൂപത്തിൽ വന്ന കൊറോണ,
നിന്റെ ഗൂഢലക്ഷ്യമെന്ത് ?
നിന്റെ ദാഹമോഹമെന്ത് ?
സർവ്വതും നശിപ്പിച്ച്,
ലോകം പിടിച്ചടക്കാനോ ?
ലോകരാജ്യങ്ങളിൽ ഒന്നാമനാകാനോ ?
മർത്യരെ കൊന്നു കൂട്ടിയിട്ടും,
മതിവരില്ലെ കൊറോണാ ...
നിന്റെ ദാഹ മോഹമടക്കാൻ ..
ഞങ്ങളിനിയുമെത്ര ജീവൻ തന്നിടേണം ?
ലോക നിയമം പാലിച്ചു നീ ...
മർത്യരെ കൊല്ലാതെ മറഞ്ഞു പോകൂ ...
ഇല്ലെങ്കിൽ നിനക്കായ് വന്നീടുന്നു ...
ലോക ശാസ്ത്രത്തിൻ മൂർച്ചയുള്ള സൂചികൾ .

16. സ്വപ്നങ്ങൾക്കൊരു സർവ്വകലാശാല

സ്വപ്നം കാണാൻ മറക്കുന്നതെന്തേ നീ ...
എത്ര ദിനരാത്രങ്ങൾ നിനക്കായ്നൽകീ ..
എന്നിട്ടുമെന്തേയൊരു സ്വപ്നം കണ്ടില്ല ?
കാണാൻ മനസ്സിനോടെന്തേ പറഞ്ഞില്ല ?
സ്വപ്നങ്ങൾക്കിന്നു ദാരിദ്ര്യമാണോ?
സ്വപ്നം കാണാൻ സമ്പത്ത് വേണോ?
സമയവും വേണമോ, ചുങ്കവും നൽകണോ ?
ആരെയുംകൊണ്ടൊന്നു ചൊല്ലിക്കണോ ?
സ്വപ്നങ്ങൾക്കിന്നൊരു പാഠശാല വേണം..
അതിമനോഹര സ്വപ്നത്തെ തിരയാൻ,
മനോരാജ്യത്തിൽ ആളൊഴിയുമ്പോൾ ..
സ്വർഗ്ഗതുല്യ സ്വപ്നത്തിലാകാൻ ...
വരിവരിയായി മനസ്സിൽ മലർ നിറച്ചും ,
നിറപറയിൽ നിരത്തിയ ചിന്തകളും ,
മരവിക്കാത്ത മനസ്സിലെ സ്വപ്നങ്ങൾ,
സർവ്വകലാശാലയിൽ നിന്നുമായിടട്ടെ .

17. അറിവിന്റെ താളുകൾ

കുഞ്ഞായിരുന്നപ്പോൾ കുഞ്ഞു പുസ്തകങ്ങൾ,
വായിച്ചു രസിച്ചു ചിരിച്ചപ്പോൾ ..
അക്ഷര സ്നേഹം എന്നെ അറിയാതെ പ്രണയിച്ചു..
വായനാ ശീലമെന്റെ പ്രണയത്തെ ത്രസിപ്പിച്ചു..
സർഗ്ഗാത്മകതയുടെ സമഗ്രമാം സമീപനത്തിൽ ..
വളരട്ടെ വായിച്ചുവളരും തലമുറകൾ ജാഗരൂപകരാകട്ടെ

...

അറിയുന്നദേശങ്ങൾ അറിവുള്ള ചൊല്ലുകൾ,
അക്ഷരസ്പുടതയുടെ ഹൃദ്യമാമനുഭവം നേരിലറിയട്ടെ

..

വായന വളരട്ടെ, വളർന്നു വളർന്ന് ...
എഴുത്തിനെ വളർത്തുവാൻ തുനിയട്ടെ ..
അക്ഷരകൂട്ടങ്ങൾ പെറുക്കി , പെറുക്കിയടുക്കി ..
ജീവിതമറിവിന്റെ പുസ്തകമായ് തുറന്നിരിക്കട്ടെ .

18. ക്ഷമയുള്ളവൻ

തൊപ്പിത്തലയുമായ് റോഡിൽ നിൽക്കും,
വയറു നിറയ്ക്കാൻ കുടവയറൻ കൂട്ടുകാരൻ ,
സർക്കാർ ജീവനക്കാരനത്രേ ...
വയറു നിറഞ്ഞാലതു കാലിയുമാക്കും.
കാക്കിക്കാരൻ ഓഫീസർ ,
കാര്യമുള്ളതെല്ലാം പെറുക്കിയെടുക്കും,
കാര്യക്കാരെ തേടിയലഞ്ഞിടും,
നാടും നഗരവും ഒന്നായികണ്ട് ..
മഴയും വെയിലും മഞ്ഞും പൊടിയും ,
കണ്ടില്ലെന്നു നടിക്കാൻമാത്രം യോഗം ,
മൂകനായ് നിൽക്കും മാരുതൻ വന്നാലും,
സേവനം സേവനം തന്നെ ലക്ഷ്യം.
ആണ്ടിലൊരിക്കൽ കുളിപ്പിച്ചീടും ,
അടിമുടിയൊക്കെ ദ്രവിച്ചാലും ...
ക്ഷമയോടൊപ്പം നിൽക്കാനെന്നും ...
ഞാനല്ലാതെ മറ്റാരുണ്ടിവിടെ ?

19. കാവ്യോദയം

എന്റെ കണ്ണുനീരിൽനിന്നും,
ഒരു കവിത ജനിച്ചു ,
സങ്കല്പങ്ങളും സ്വപ്നാടന -
ചിന്തകളും വിരിഞ്ഞു ..
ചിന്തകളാൽ സ്നേഹസാന്ദ്രത ..
വിങ്ങി വിങ്ങി ഹൃദയതാളത്തിൽ,
നൊമ്പരമല്ലാതെ മറ്റൊന്നുമില്ല..
കവിൾത്തടത്തിലെ കുളിർമ്മ മാത്രം ,
മനസ്സിലുയർന്നു പൊങ്ങിയും ,
തിരകൾ പുഞ്ചിരി തൂകിനിന്നും,
കാർമേഘങ്ങൾ ഇരുണ്ടുകൂടി ,
മിഴികളിൽ മഴക്കാർ വന്നു..
പെയ്തുപോയി കണ്ണീരുകൾ ..
കരകവിഞ്ഞൊഴുകി ധാരയായ് ..
മൗനം ഭജിച്ചും, മനസ്സുനീറിയും...
മാനം നോക്കി മനസ്സിലലിഞ്ഞുചേർന്നു.

20. കല്ലുവച്ച കഥയുടെ കവിത

കുഞ്ഞുങ്ങളൊക്കെ കഥപറഞ്ഞു..
അമ്മുമ്മ കഥകൾ കേട്ടിരുന്നു ..
അപ്പൂപ്പൻ താടിപോൽ,
കഥയങ്ങു പറന്നുപോയ്..
നീലാകാശം കണ്ടു മടങ്ങിയ ..
ആ വലിയ കഥായാണിതെന്റെ കഥ,
കുഞ്ഞായ ഞാൻ വളർന്നു വലുതായി,
പിന്നെ .. വലിയൊരാളായിമാറി..
കഥയുണ്ടരികിൽ കാണാത്ത പോലെ,
കണ്ണീരിൽ കദനകഥയുണ്ടുതാനും ,
കണ്ണുനീരിൽ ലയിച്ചു കഥ ..
അമ്മുമ്മ പറഞ്ഞ കഥ .
ആത്മകഥയാണീ കവിതയത്രയും ,
കാത്തുസൂക്ഷിച്ചൊരു കല്ലുവച്ച കഥ,
കണ്ണീരിനാലീ കഥ പറഞ്ഞു ഞാൻ ..
ഒഴിഞ്ഞിടട്ടെയീ അരങ്ങിൽ നിന്നും .
വിപിൻ പള്ളുരുത്തി
കുഞ്ഞുങ്ങളൊക്കെ കഥപറഞ്ഞു..
അമ്മുമ്മ കഥകൾ കേട്ടിരുന്നു ..
അപ്പൂപ്പൻ താടിപോൽ,
കഥയങ്ങു പറന്നുപോയ്..
നീലാകാശം കണ്ടു മടങ്ങിയ ..

ആ വലിയ കഥായാണിതെന്റെ കഥ,
കുഞ്ഞായ ഞാൻ വളർന്നു വലുതായി,
പിന്നെ .. വലിയൊരാളായിമാറി..
കഥയുണ്ടരികിൽ   കാണാത്ത   പോലെ,   കണ്ണീരിൽ
കദനകഥയുണ്ടുതാനും ,
കണ്ണുനീരിൽ ലയിച്ചു കഥ ..
അമ്മുമ്മ പറഞ്ഞ കഥ .
ആത കഥയാണീ കവിതയത്രയും ,
കാത്തുസൂക്ഷിച്ചൊരു കല്ലുവച്ച കഥ,
കണ്ണീരിനാലീ കഥ പറഞ്ഞു ഞാൻ ..
ഒഴിഞ്ഞിടട്ടെയീ അരങ്ങിൽ നിന്നും .

.

21. നന്മയ്ക്കായ്

കൊക്കുരുമ്മി ,
ചുണ്ടുരുമ്മി...
നമ്മൾ ജീവിക്കും,
സുഖ ദു:ഖമെല്ലാം ...
പുഷ്പങ്ങളാക്കും,
ഒരുമയിൽ ,
നമ്മളൊരു മാലയായിടും,
മനസ്സുനിറഞ്ഞ ജീവിതം ധന്യമായിടും..
വേദനയിൽ ജീവിക്കും..
മർത്യർനാം സോദരരേ..
സാന്ത്വനത്തിൽ തലോടിടാൻ ,
ഞങ്ങൾ വരുന്നൂ ..
നന്മകാക്കും നാടിനായ്,
നല്ലവാക്കോതിടും ,
സന്തോഷനിർഭരം,
നല്ല നാളേക്കായ്...
നല്ല തലമുറ നാടിനാവശ്യം ,
നല്ലതേ ചെയ്യാവൂ,
നല്ലതേ പറയാവൂ,
നന്മയെ ചെയ്യാവൂ.

22. മഴയ്ക്കായ് മഴയാത്ര

മാനമേ ... കാർമേഘമേ..
മാനത്തിൻ ശിഖരത്തിൽ,
നിന്നടർന്നു വീഴുന്ന മഴയേ..
കാണാൻ കൊതിക്കുന്നുയീ ഞങ്ങൾ .
വരില്ലേ .. മഴയേ , കുളിരുമായി നീ ..
ചെറു തുള്ളികളായ് പാറിപ്പറന്നു നീ ..
അമ്മയുടെ മടിത്തട്ടിലേക്കിറങ്ങി വരുക നീ ..
തത്തിക്കളിക്കുവാനായെൻ ,
വിട്ടുമുറ്റത്തെത്തി ല്ലേ നീ ...
മരങ്ങൾ നട്ടവർ മണ്ണടിഞ്ഞിട്ടും,
മറക്കാത്ത സ്മരണകൾ,
നീ പെയ്യുമ്പോഴൊക്കെ ..
കാടായി വിടർന്ന് നീ ...
മഴത്തുള്ളികളെ സൃഷ്ടിച്ചും ...
സ്വയം തണുത്ത്,
വിറങ്ങലിച്ചും പെയ്തിറങ്ങൂ..
വീണിടത്ത് താഴട്ടെ ,
മഴയേ നീ ...
മഴയെ സ്നേഹിക്കും,
തലമുറകളെ നിങ്ങൾക്കും കഴിയണം ഭാവിയിൽ
പ്രകൃതിതൻ സംരക്ഷണം.

23. ഗുരുദൗത്യം

സൂര്യഗോളമായ് വിജ്ഞാനദീപമായ് ,
ജ്വലിച്ചുനിന്ന യുഗപുരുഷൻ,
"നാണു " എന്ന നാരായണൻ ,
നാരായണനായ ശ്രീ നാരായണ ഗുരു.
നിർഭീകരശക്തിതൻ ധീരനാം ..
യുവസിംഹനാദം ശുക്രനക്ഷത്രം ...
പരിവ്രാചകാചര്യൻ തൻ ഭവാൻ ..
ജീവിതം തന്ന സന്ദേശം.
കരഞ്ഞില്ലൊരു കാലത്തും ,
കർമ്മയോഗിയാം നിത്യം,
ജീവിതധർമ്മ പോരാട്ടമായ് ...
യോഗീവര്യനായി ഗുരുദേവൻ .
മാനവസേവനം നല്കുമീ ,
സമൂഹത്തിൽ ശേഷിക്കും,
ജീവിതം ധന്യമാക്കിത്തീർക്കുവാൻ ..
ധർമ്മത്തിലൂടെ പോരാടുവിൻ,
നിങ്ങളോരോരുത്തരായ് .

24. ശ്രീഭവാനീശ്വരം

പഴയൊരു കാലം ആറുനൂറ്റാണ്ടിൻ പഴക്കം,
ചോളരാജാധിരാജന്മാർ പടപൊരുതി രക്തം വീണ മണ്ണ് ..
പോർച്ചുഗീസുകാരുടെ പാദംപതിഞ്ഞ മണ്ണ്,
മതമൈത്രി നട്ടുവളർത്തിയ മണ്ണ് ..
ഗുരുദേവ പാദസ്പർശനമേറ്റ പഞ്ചാരമണ്ണ്,
പള്ളുരുത്തിയെന്ന പൊന്നു മണ്ണ് .
രാജാധി രാജാക്കന്മാർ പുലമ്പി..
പള്ളിടം ഉള്ളിടം കരം പിരിക്കാൻ ,
ഏല്പിച്ച വിരുത്തി വന്നതല്ലേ ...
പള്ളി വിരുത്തിയെന്ന പള്ളുരുത്തി............
പലനാൾ കഴിഞ്ഞപ്പോൾ ,
കപ്പിത്താൻ വന്നു കുളംകുഴിച്ചു ...
കപ്പ്യാ കുളമായി മാറിയിടം,
കപ്പിത്താൻ ഓർമ്മകൾ നിറഞ്ഞു നിൽക്കും.
പഞ്ചാര മണലിൽ ഗുരു തൃപ്പാദങ്ങൾ,
കൊണ്ടെത്ര ചൈതന്യമായീ പുണ്യ ഭൂമി ...
എത്രയോ , ധീര നേതാക്കളീ മണ്ണിൽ,
അർത്ഥ സന്ദേശങ്ങൾ ഉരുവിട്ടുപോയ്.
മിശ്രവിവാഹം നടത്തീ സഹോദരൻ,
പുലയനു ചോറു കൊടുത്തപ്പോൾ ...
പുലയനയപ്പനെന്നോതിയിയതും ,
സത്യം നിറഞ്ഞയീമണ്ണിൽ ..
വാഴുന്നു വിശ്വംഭരിക്കുന്ന,

വിശ്വൈക ലോകനാം കൈലാസവാസൻ ,
കുടുംബിനിയുമുണ്ട് മക്കളുമുണ്ടിവിടെ,
ദേശത്തിൻ രക്ഷക്കായ് " ശ്രീ ഭവാനീശ്വരം "

• 29 •

വിശ്വൈക ലോകനാം കൈലാസവാസൻ ,
കുടുംബിനിയുമുണ്ട് മക്കളുമുണ്ടിവിടെ,
ദേശത്തിൻ രക്ഷക്കായ് " ശ്രീ ഭവാനീശ്വരം "

25. സ്ത്രീ പുരുഷ സമത്വം

കൂരിരുട്ടിൽ തപ്പിത്തടയും നമുക്കെല്ലാം ,
വെളിച്ചവേണം ഇനിയുള്ള യാത്രയിൽ,
നിശ്ചയദാർഢ്യത്തോടെ മുന്നേറണം നാം ,
ഈ ലോകമറിയണം നാം സ്ത്രീകളാണെന്നും ..
പുരുഷമേൽക്കോയ്മയിൽ തളച്ചീടാൻ ,
സ്ത്രീയെ വസ്തുവായ് വറുതിയിൽ നിർത്താൻ,
ഇനി ഒക്കില്ല, ഇവിടെ നടക്കില്ല ,
പൊരുതണം തുടർക്കഥകൾ നടക്കാതിരിക്കാൻ ...
ജാതി നാമജപങ്ങൾ വിവേചനങ്ങൾ മൂലമത്രയും ,
പോരാട്ടത്തിനു ശക്തി നൽകുന്ന ...
സ്ത്രീകളാം നാം നന്മയുടെ പ്രതീകങ്ങളാകണം ,
കീഴടങ്ങില്ല ഞങ്ങളീ സ്ത്രീകൾ മരണം വരിച്ചാലും .
ഒരു നല്ല നിയമം വൈകാതെ വന്നാൽ,
തത്സമയ ശിക്ഷകൾ കൊണ്ടൊരു വിജയമുണ്ടാക്കും,
സ്ത്രീയോടുള്ള ക്രൂരതയ്ക്കവസാന വാക്കാകും ,
സമത്വം, സമത്വം സ്ത്രീ പുരുഷ സമത്വം
ഇന്നനിവാര്യം.

26. കൊറോണ: ഇനിയും വരല്ലേ മറ്റൊരു പേരിൽ

ഭയന്നുപോയ് കോടി ജനതകൾ,
ഭയപ്പെടാതിരിക്കാൻ പാടുപെട്ടു,
നിയന്ത്രിക്കുവാൻ തല മൂത്തവർ,
ഭിഷഗ്വരന്മാർ കനിഞ്ഞാത്മാർത്ഥമാക്കിടും രംഗം ..
നിമിഷങ്ങൾ കൊണ്ടൊക്കെ ലോക-
ആരോഗ്യരംഗം സടകുടഞ്ഞെഴുന്നേറ്റതും ,
സാമൂഹ്യസേവനരംഗം കർമ്മഭൂമിയാക്കിയതും ,
നാടാകെ അമ്പരപ്പോടെ ഭയന്നകന്നുനിന്നു ..
മനുഷ്യ ദൈവങ്ങൾ സ്നേഹവായ്പ്പുകളും ,
ഉമ്മയും പലതും നിർത്തി പേടിച്ച് വാതിലടച്ച് ...
പലവഴി പറന്നെങ്കിലും,
ഭയപ്പാടിന്റെ വെട്ടം ശിരസ്സിലുണർന്നതും ..
യഥാർത്ഥ ദൈവങ്ങളാരാണെന്നത് ,
തെളിയിച്ചു മാലാഖമാർ മനുഷ്യസേവകർ ,
മരണത്തെ മുന്നിൽ കണ്ടപ്പോഴൊക്കെയും,
മറ്റുള്ളവരുടെ ജീവനായ് ത്യാഗം ചെയ്തവർ ..
മാപ്പാക്കണം കൊറോണ ..
ഇനിയും വരുമോ നീ ഇവിടെയീ മണ്ണിൽ,
മതജാതി കോമരമർത്യരെ തീർക്കുവാൻ ...
മറ്റൊരു പേരിൽ നീയുടനേ ...
വന്നീടുമോ കൊറോണാ ...

27. പ്രകാശം

കണ്ടാൽ സുമുഖൻ
തിളങ്ങുന്നവൻ സൂര്യനെപ്പോൽ ,
ഉള്ളു പൊള്ളയായിടും,
നിറയ്ക്കും രണ്ടു പൂട്ടിൻ കഷണങ്ങൾ,
അടച്ചാലകത്തുകടന്നാലുടൻ ,
പൂട്ടും വാതിലൊക്കെയും ,
സ്വിച്ചിട്ടാൽ കത്തും പ്രകാശം,
ഇരുട്ടിലാകെ വെളിച്ചം വിതറും.
ഓടുന്നവനെ കാണാം ,
കന്നുകാലികളുടെ കണ്ണുകൾ കാണാം ,
കയ്യിലും വെയ്ക്കാം തലയിലും വെയ്ക്കാം,
രാത്രിയായാൽ പലരും തിരയുന്ന മഹാൻ.

28. പ്രതിഷേധം ....?

ഞങ്ങൾ പഠിച്ചത് റാന്തൽ വിളക്കിൽ,
ടീച്ചറായത് പാവം കുട്ടിയോളേ പഠിപ്പിക്കാൻ ,
ടീച്ചറെന്നാൽ പത്രാസാണേ ...
പത്തു കാശ് കിട്ടപ്പോരുണ്ടേ...
കൊറോണയോ ? അതെന്താ ?
ചൈനക്കാർ നൽകിയ കളിക്കോപ്പോ ?
അതിനായ് തരില്ല ഞാൻ പണം ..
എന്റെ കുടുംബം പട്ടിണിയായിടും.
ആറുദിവസത്തെ കാശാണേലും,
അഞ്ചുപൈസാ ഞാൻ തരത്തില്ല,
ആരും ഇങ്ങോട്ടു വര വേണ്ട,
കൊറോണ വന്നു മരിച്ചാലും ..
കത്തിക്കും ഞാൻ കത്തിക്കും,
സർക്കാർ കത്ത് , ഞാൻ കത്തിക്കും,
കത്തിച്ചേ തീരു, കത്തിച്ചേ തീരു ...
സർക്കാർ കത്ത് കത്തിച്ചേ തീരു ..

29. ഗാന്ധികടലാസുകൾ

വൈലറ്റു നിറമുള്ള തൂശനിലപോലെ ,
തിളങ്ങുമാവിലയയുള്ള ഏകഗാന്ധി,
എല്ലാവർക്കും വേണം ഗാന്ധിയെ,
നമുക്കെല്ലാവർക്കും കൂടിയേ തീരൂ ഗാന്ധിയേ ..
ഗാന്ധിതൻ ചിത്രമെഴുതിയ കടലാസ്സിൽ ,
വിലയെത്രയെന്നാൽ അതു തന്നെ പണം,
ബന്ധുവായാലും കൊള്ളാം ,
സ്വന്തമായാലും കൊള്ളാം ,
എനിക്കും കിട്ടണം പണം,
കൈനിറയേ എനിക്കും കിട്ടണം പണം.
രാത്രിതൻ നിഴൽ വെട്ടത്തിൽ,
കനിയുന്ന കാമത്തിനും വേണം പണം,
ഉദ്യോഗതലത്തിലും കാര്യപ്രാപ്തിക്കായ്,
മുടക്കണം പണം കണക്കിലേറെ...
മദ്യഷാപ്പിലും ചായക്കടയിലും,
ചികിത്സയ്ക്കായും വിലപേശുവാൻ ,
സമയമില്ലാ ഗാന്ധിതൻ കടലാസ്സിൽ ,
കുറിച്ചിട്ടാൽ പണം വെറുമൊരു പിണമാകും..
പട്ടിണിക്കൂട്ടത്തെ കണ്ടാൽ ,
അവിടെയെങ്ങും ചിലവാക്കില്ല പണം,
ധൂർത്തിന്റെ പേരിൽ മുടക്കാം..
ഒരു കുത്തു ഗാന്ധി കടലാസ്സുകൾ .
എത്ര മുടക്കിയാലും എത്ര എണ്ണിയാലും,

അതിനുള്ള പേരഴിമതിയെന്നും,
നിയമം പുലമ്പും വെളുക്കും വരെ ...
അഴിയഴിയായ് മതിയെന്ന് ,
ശാഠ്യം പിടിക്കും ചിലർ.
ഒരുചാൺ വയറിന്റെ നൊമ്പരം,
അതല്ലോ വിശപ്പിന്റെ യാചന ,
യാചന സഫലമാക്കാനല്ലേ ...
നാം വിയർപ്പൊഴുക്കുന്നത്രയും ...
അദ്ധ്വാനത്തിൻ ഫലമല്ലോ പണം,
വിലയുള്ള കടലാസ്സ് നോട്ടായറിയും,
ആ നോട്ടിലല്ലേ മനുഷ്യ ജീവിതം,
തിന്നാനും കുടിക്കാനുമത്രയും നോട്ടുകൾ ..
സ്നേഹത്തിൻ പൊരുളറിയും,
മനുഷ്യർ നിലനിൽക്കാൻ പണം വേണം,
പണമില്ലേൽ പിണമെന്നറിയാം,
സ്നേഹമാം ലോകത്തിന്
പണമത്രയും സമാധാനമാകണം.

30. പള്ളുരുത്തിയുടെ തേങ്ങല്‍

പള്ളി വിരുത്തി പള്ളുരുത്തിയായ് ,
ശോഭിതമായ് പഞ്ചനക്ഷത്രമായ്
തിളങ്ങിടുന്നു..
എത്രനാളീ പഞ്ചാര മണലിലമര്‍ന്നൂ ...
എത്ര ദിനരാത്രങ്ങളില്‍ നക്ഷത്രങ്ങളുമായ് ,
പേരും പെരുമയും പേറി
പള്ളുരുത്തി ...
ഓരോദിനത്തിലും ഏറെ സുഹൃദ്ബന്ധങ്ങള്‍,
വന്നു ചേര്‍ന്ന നിമിഷത്തില്‍ പഞ്ചാരമണലിലായ് ,
എന്തിനും മീതെ ഉയര്‍ന്നു നില്‍ക്കുന്നിതാ...
സ്വര്‍ണ്ണധ്വജത്തിലെ വര്‍ണ്ണ കൊടിക്കൂറകള്‍,
പള്ളുരുത്തിയുടെ മാറില്‍ പുണരുന്ന ,
സംഗീത സാഹിത്യ കലകള്‍ വിലസും,
പഞ്ചാരമണ്ണിനെയിളക്കി മാറ്റിയ സമ്പന്ന ഗ്രാമം ..
കയര്‍പിരിച്ചാറാടുകളില്‍ മീട്ടിതാളങ്ങള്‍,
പഴമക്കാര്‍ക്കേറെ പ്രീയംതന്നെ ...
മൂളിപ്പകര്‍ന്നുല്ലാസ സാന്ദ്രമാംമീ
കൊച്ചു ഗ്രാമം ...
ജാതിമത കോമരങ്ങള്‍ നോക്കി നില്‍ക്കേ ..
സര്‍വ്വമത മൈത്രിതന്‍ ഈറ്റില്ലമായെന്‍ ഗ്രാമം,
നില്‍ക്കുമീ സോദരരേ...
പള്ളുരുത്തിയുടെ വേദനയാരു ,

കാൺമാനിനിയും എത്രനാൾ,
പരിസ്ഥിതി സ്നേഹിയാമെൻ പിതാവിന്റെ ,
മാർഗ്ഗത്തിൽ നട്ടുവളർത്തിയെൻ ,
വിദ്യാലയ മുറ്റത്തെ തേക്കിൻ മരത്തിന്റെ പുഞ്ചിരി
....